இருள் கொட்டும் விண்மீன்கள்

பவித்ரா ஏழுமலை

Made with ♥ on the Notion Press Platform
www.notionpress.com

என்னைப் பெற்றெடுத்த தாய், தந்தையர்க்கும்,
உடன்பிறப்புகளுக்கும், நண்பர்களுக்கும், வாசகர்களுக்கும்
சமர்ப்பணம்!

பொருளடக்கம்

அணிந்துரை

நீங்கள் ஏன் இந்தப் புத்தகம் படிக்க வேண்டும் என்பதை இப்புத்தகம் நிறைவு செய்யப் போவதில்லை. அன்றாடம் நான் அறிந்து, கேட்டு, இரசித்தவைகளைக் கவிதைத் தொகுப்பாக எழுதி உள்ளேன். இப்புத்தகத்தின் தலைப்பு "இருள் கொட்டும் விண்மீன்கள்" நான் வைத்ததற்குக் காரணம், வெளிச்சத்தை வியப்பாகப் பார்க்கும் மனதிற்குத் தெரியாது, கண்ணாமூச்சிக்குச் சுவாரசியமான இருள், உறங்கும் உலகம், உதிக்கும் ஞானம், நம்மால் நினைத்துப்பார்க்க முடியாத அத்தனையும், அவ்வளவும் இருளின் போர்வை பாதுகாக்கிறது. புதியதாய்ப் பிறக்கும் மலரின் மென்மைக்குத் தெரியுமா, விதைகள் வாழ்ந்த இருளை? இப்படிச் சொல்லிக்கொண்டே போகலாம். மேலும், இருளிலே வானம் என்றால் நிலவைத்தான் முதல் இடத்தில் வைக்கிறோம்.இங்கும், கூட்டம் கூட்டமாகவும், கலைந்தும், தனித்திருக்கும் விண்மீன்களைத் தனித்தனியாக இரசித்திருக்கிறேன். மேலும், பார்க்காத நினைவுகள் எல்லாம் இருளின் பின்புலத்தில் துவங்குவதால் நான் என் முதல் புத்தகத்திற்கு இத்தலைப்பை வைத்துள்ளேன்.

முன்னுரை

வணக்கம்! நான் உங்களோடு பேசிக்கொண்டிருக்கிறேன். உங்களுக்குப் பிடித்த குரலில் என்னுடைய வரிகளை வாசிக்கிறீர்கள் என நம்புகிறேன். இப்புத்தகத்தில் அனைத்துக் கவிதைகளும் நிச்சயமாகப் பிடிக்கப் போவதில்லை, ஏனெனில் ஒவ்வொன்றும் வித்தியாசமானவை மேலும் உங்கள் அனுபவத்தில் மிகவும் சாதாரணமாகத் தோன்றலாம். நான் என் வாழ்நாளில் மிகவும் அற்புதமான நேரங்களை எழுதுவதில் செலவிடுவேன். இப்புத்தகத்தில் இருக்கும் வரிகள் உங்களுக்கு நெருக்கமாக இருக்கும் என நம்புகிறேன்.

நன்றி

என்னுள் தேங்கிய மற்றும் தோன்றிய கற்பனைக்கும்,
தமிழுக்கும் நன்றி! மேலும் என்னை எழுத
ஊக்கப்படுத்தியவர்களுக்கும் நன்றி!

முகவுரை

வாசகர்களே! எதார்த்தமான வரிகளும், எழுத்துப்
பிழைகளும் ஒன்றோடு ஒன்று ஒட்டியிருக்கும் எனது
வரிகளுக்குக் கோபத்தைக் காட்டாதீர்கள்.

1. பிடித்த சிலை

பிளவுபட்ட இடத்தில் வேரூன்றி
இலை மலரென
ஏதோ ஒரு பழைய கட்டிடத்திலோ
யாரேனும் தண்ணீர் ஊற்றாமல்
கவனிக்காமல் வளரும் அந்த
மலரோ செடியோ
அப்படித்தான் என்னுடைய
இயல்பும் அன்பும்.

ஒரு மலரை ஏந்தத் துடிக்கும் கைகள்
பார்த்து இரசிக்கும் கண்கள்
முகர்ந்து தன்னுள் எடுத்துக் கொள்ள
நினைக்கும் நறுமணம்
இவையெல்லாம் இருக்கட்டும்
மிக அருகிலேயே அமைதியாய் வளர்ந்த
இலைகளை இரசித்தது உண்டா?

• 3 •

இலையோ மலரோ
எதுவாகினும் இடையே இருக்கும் நெருக்கம்
இங்குத் தானே
அன்பின் சிலை பூஜிக்கப்படுகிறது.

நீரில் நீந்தியும்
சுதந்திரமாய் பறக்கிறேன் நான்.
ஆம் படகிலும், மனதிலும்!

நேற்றோ வெறுமை வானம்
இன்று சிறிய மின்னல்
நாளை நிலவென வரலாம்
இருந்தாலும்,
நீ பறந்தாய்
தினம்தோறும்
மாற்றமேதும் இல்லாமல்
அதே மாறா இளம்பச்சை
திசையேதும் இல்லாமல்.

2. தினமும்

நான் ஒரு குழப்பவாதி
வார்த்தைகள் சூழ் இடத்தில்
துளிகூட சம்பந்தமில்லை என தெரிந்தும்
மறைந்து வாழும் மயிலிறகு.
(புத்தகம் நடுவே மயிலிறகு)

யார் வேண்டுமானாலும்
என்னிடம் வாருங்கள்.
என்னை பாருங்கள்.
உங்கள் தழும்புகளை எப்படி மறைத்தீர்கள்
என்ற
கதையை மட்டும்
சொல்லிட்டு போங்கள்.
என் கண்ணாடி
பிம்பங்கள்
தேய தொடங்கட்டும்.

இரு நண்பர்கள்
சேர்ந்து பேசும் நேரங்கள்
உண்மையில்
காதலைத் தாண்டி
ஒரு சுவாரஸ்யக்களமாக இருக்கும்.

வாளி நீரை மேலிருந்து
தலையில் ஊற்றிக் குளிப்பது
ஒரு குட்டி குற்றால நீர்வீழ்ச்சி!

இரு சுழி சடை
நிச்சயம் எல்லோர் மனதிலும் -
ஒரு மழலை முகம் ஒளிந்துள்ளது. (முதல் அடையாள
அட்டை)

தோற்றம் மாறாத இலையின் மேல்
சில நேரங்களில் மட்டும் வசித்துக் கொள்கிறது
ஒரிரு பனித்துளிகள்
பின்பு
அதனுடன் கலந்து விடுகிறது.

• 9 •

மட்பாண்டம் மனம்தான் எனக்கு,
அதனால்தான்
நான் ஆடம்பரமாய் தெரிவதில்லை.

சிவந்த வானத்திற்கு நிகராக கட்டிடங்கள் இருந்தாலும்,
அதனுள் வாழ்ந்தாலும்
நம் கண்கள் வானத்தையே பார்க்கிறது!

பாசி படிந்த
படிக்கட்டுகளும்
சேரும்
இடத்திற்கு
வழிதான் கொடுக்கிறது!

பனி மழையும் நனைந்தே
பூமியில் கரைந்து போகிறது
இடையில்
அவளின் விரல்கள் இதம் சொல்கிறது!

இரவு வந்ததும்
கீழ் எங்கும்
நட்சத்திரப் புள்ளிகள்
இது இரவு நேர உச்சிப்பயணம்!

உழைப்பின் வண்ணம் தெரிவதேல்லை
நீரினில் கட்டுமர படுகுகளின் முடிச்சுகளும்
அதை கட்டுபவரும்!

புல்வெளி கொஞ்சம்
கருணையோடு
தன்னை மிதிப்பவருக்கும்
சத்தமில்லாமல்
பாதையாகிப்போகிறது!

ஒரு ஊக்கமுனை உந்துகிறது
ஒரு மாலை நேர ஓட்டத்திற்கு.
இது சூரியனின் இளஞ்சூடும்
உடற்பயிற்சியும்!

நாள்தோறும்
இடம்விட்டு அமர்கிறது
தாமரை அருகில் இருக்கும் இலைகள்
அப்படி
என்ன சண்டை?

நீர் துளி தெறித்து
பரவுகிற
வாளி நீர் நீரெல்லாம்
குளக்கரையைக் காட்டுவதில்லை
வட்டமிடும்
நீர் மையமெல்லாம்
நினைவுகள் கரையைக் தொடாமல் இருப்பதில்லை.

பிடித்த வரின்
குறுஞ்செய்திக்காக
இன்றும்
மாறாமல்
தலைகுனிந்து பார்க்கிறோம்
" நவீன வெட்கம்"

அடர்த்தியான
இருள் உமிழ்ந்துள்ள
இரவுகளில்
வெளிச்சம் காட்டும்
நினைவுகள்!!

நாரையும் பறக்கத்தான் செய்தது
சமாதான நிறமாக தெரியவில்லை,
கோபத்துடன் விரட்டுகிறார்
நாற்றில் இருப்பதை கண்ட
"விவசாயி"

• 17 •

உதிரும் இலைகளை
விழுங்கி கொண்டது பூமி
சமைக்க துவங்கியது
வசந்த காலம்.

வண்ணங்கள் நிறைந்த
சிறகுகள் எல்லாம்
கண்ணாடி சிறகுகளுடன் ஒப்பிட முடியாது
பட்டாம்பூச்சி
பூக்கள் இருக்கும் இடத்திற்கு கூட்டிச்செல்கிறது
தட்டான் பூச்சி
மழை வருவதற்கு தாழ்வாக பறக்கிறது.

உலகம்
நூற்றுக்கணக்கில்
இருக்கிறது
நாம்தான் அவரவர் உலகத்தில்
மட்டும் வாழ்கிறோம்.

வேண்டாத படகில் ஏறி பயணித்து
அமைதியான இடம் அடைந்து
என்ன பயன்?
கதையென்று சொல்ல
கசப்பான
நிகழ்வையாவது
அனுபவித்திருக்கவேண்டுமே.

இறந்தவர் மீதான அத்தனை கோபமும்
பிரியப்பட்டவர் போல்
மௌன அஞ்சலி செலுத்துகிறது.

இறங்கல் வீட்டில்
இறந்தவர் மீதான அத்தனை கோபமும்
பிரியப்பட்டவர் போல்
மௌன அஞ்சலி செலுத்துகிறது.

முன்பின் தெரியாத யாருடனோ
உரையாடப் எல்லாம்
நான்
இப்போது பழகிவிட்டேன்
என்னுடன்
இருக்கத்தான் எனக்கு பயம்
ஒன்று அழ நேரிடும்
இல்லையேல்
என் மேலான எல்லா வெறுப்பும்
தாக்க துவங்கிவிடும்.

இப்போதெல்லாம்
குறுஞ்செய்திகள்
நிரம்பி வழிகின்றன,
முதல் கடிதம் கூட கிடைக்காத
தலைமுறையை
தொட்டுவிட்டேனோ என்னவோ?

நான் மிகவும் ஆழ்ந்த தூக்கத்தில்
எல்லாவற்றையும் மறக்கிறேன்
மறக்கத்தான் முயலிகிறேன்
தூக்கம் வரவில்லை.

எப்படியேனும் சமாதானம் ஆகிவிடுவோம்
என்ற நம்பிக்கையில் தானே
உன்னோடு ஆகிய சண்டை ஆரம்பிக்கிறது.

தனிமை
எனக்கு பிடித்தமான ஒன்று
அங்கு நான் என்னோடு இருக்கிறேன்
எனக்காய் யோசிக்கவும்,
அது எனக்கு கற்றுத்தருகிறது.

சிறுவயது முதலே பார்த்த மரம்
ஒவ்வொரு வயதிலும்
தனித்தனி ஞாபகங்கள்!!

அடிபட்டது எதிரியாக இருந்தாலும்
உதவி செய்வேன்
மனிதம் செத்துப்போக விடுவதற்கு
அவன் யார்?

நான்
மனிதர்களை பார்க்கிறேன்
என்னுள்ளேயும்
வேறுபாடுகள் இருக்கின்றன!

எனக்கு பண்டிகைகள்
ஒவ்வொரு முறையும்
ஒவ்வொரு ஆச்சரியம் தருகின்றன
சிறு வயதில் பெறுவது
இடை வயதில் ஏக்கம்
இப்போது என் மகனுக்காக கொடுத்தள்.

அப்பாவின் காசுகள் பட்டாசாக ஒலித்தபோது
நான் மகிழ்ந்தேன்!
என் மகன் என் பணத்தின் காசில் மகிழ்ந்தபோது
நான் என் அப்பாவின் மகிழ்வை அடைந்தேன்.

காடு புகுந்தால் உரசிய பச்சை இலைகள்
வீடு வழியை மறந்து உரசுகின்றன
கோவில் மரங்களில்
யானைகள்!

எனக்குள்ளேயே குறைபாடுகள் இருக்கின்றன.
எனக்குள்ளேயே வைத்திருக்க எனக்கு ஆசையில்லை.
நிச்சயம் அது உங்களுக்கு என்னை சுட்டிக்காட்டவோ,
                    கேளிக்கைக்கோ,
                அட எதுவாகவோ
எனது குறை உங்கள் மனதை ஈர்க்கிறது என்றால்,
                        நான்
                "தனித்துவமானவன்."

நீர்நிலையின் மேலே உரசிப் போகிறது காற்று,
ஆழத்தில் இருக்கும்
நீரின் அசைவுக்கு ஏற்ப கற்கள் நெகிழ்கின்றன,
படிந்த மண் மெதுவாக மேலே எழுகிறது...
ஏதோ ஒன்றை முன்னே தள்ள
ஏதோ ஒன்றின் மெல்லிய தொடுதல்
தவிர்க்க முடியாத அவசியம்.

3. துறவி தூங்குகிறார்

யாதுமாகிப் போகும் அந்த இறைவன்
யாரேனுமின்றி இருக்கும் வெறுமையில் நானும்
நெடுநாள் காத்திருந்து வேண்டிக்கொண்டது போல் ஒன்றும்
இயற்கையோடு இணைந்த இந்தத் தேகமும்
இடைவிடாது என் மனதிற்குள் ஒரு தியானமும்
இப்படி, எப்படி வேண்டுமானாலும் நான் இருந்திருக்கலாம்
மீண்டும் ஒரு திருப்பம், புத்துணர்வு ,புதிய துவக்கம்
ஒரு மழலை மனம் போல்
தவமாய் இருந்து வாழ்விற்கு விடுதலை கொடுத்துக்
நானும் கொஞ்சம் என்னை மறந்து
ஒரு ஆழ்ந்த தூக்கம்.

4. நீச்சலும் நீரும்

தெப்பமாய்

ததும்பி வழிந்த நீச்சல் குளம்

எத்தனை கால்தடங்களை இந்தத் தண்ணீர்

கரைத்திருக்கும் இருப்பினும்

அந்த நொடி தொட்டுச் சென்ற

சுற்றுப்புற இலையின் நுனித் துளியில்

தோய்ந்து மீண்டும் மீண்டும் நீந்திப் போகின்றதாம்

அவன் சிரித்த அந்த நீச்சல் குளம்.

காட்சிகள் எல்லாம் செயலிழந்து
நின்று நிழலாடியவை
எல்லாம்
புகைபடமாய்ப் பார்க்கிறேன்
தோன்றும் போதெல்லாம்
ஆறுதலாய் இருக்கப் பலமுறை பார்க்கிறேன்
அவ்வப்போது இடைவெளியை
நிறைவு செய்யத் தூங்கும்போது கூடப் பார்கிறேன்
எவ்வளவு தூரம் கடந்து வந்துவிட்டேன்,
பின்னோக்கி போகும் நினைவுகளெல்லாம்
ஒரு தடவை
அந்த அழகான
கனப்பொழுதைத் தொட்டுப் பார்க்க,
அங்கேயே கொஞ்சம் நேரம்
இருக்கப் பேராசை
கொள்கிறேன்.

பவித்ரா ஏழுமலை

5. வாய்க்கால் கடல்

அலை மணல் கடலோரமாய்
தொலைதூரத்துக் காதலர்கள்
பஞ்சுமிட்டாய்
தீப்பொறிக்கு குளிர் காயும் சோளப்பொறி
குட்டி குட்டி சங்குகள்
பாறைகள்
மீன் பிடி படகுகள்
மாங்காய் சுண்டல்
இப்படி என்னுடைய பிரபஞ்சம்
நிரம்பி இருக்கும் அதிசயங்களின் ஓரமாய் இருக்கும்
மாபெரும் கடலில் தான் நான் இருக்கிறேன்.
ஒரு நாள் அலைகளோடு
அலைகளாய் நானும் கரை ஒதுங்குவேன்
என நினைத்ததாம் அந்த மீன்
வாய்க்கால் வழியாய் நீந்தும் மீனிற்குப்
பார்க்கும் இடமெல்லாம் கடல் அலைகள்.

6. புதைந்த பாதங்கள்

ஒரு மாலை நேர ஈரமான குளிர் காற்று
அதன் பின்வரும் அடைமழை
கையில் ஒரு கோப்பை சூடான தேநீர்
விழிகளுக்கு மழை விருந்து
கருவிகளற்றுத் தாளம் போடும் சப்தம்
மெல்ல மெல்ல கிளம்பும் மண்வாசனை
காலநிலைகேற்ப பிடித்த பாடல் , துரித உணவு
இப்படி எத்தனையோ வீட்டிற்குள் அனுபவித்திருக்கிறேன்
இவ்வளவு அனுபவங்கள் கொடுத்து மழையில்
ஒரு முறையாவது பதுங்கி ஓடாமல்,
ஓரமாய் நின்று வேடிக்கை பார்க்காமல், ஒரு முறையாவது
"நிஜமாகவே நனைந்தது உண்டா?"

7. அடம் பிடிக்கும் நிறம்

நேற்று வகுப்பறையில்
எழுத்துக்களைத்
தெளிவாகப் பார்க்க
கரும்பலகை
தான் பின்புலமாக இருந்தது

திருவிழா காலங்களில் கடவுளிடம்
உயர்ந்து கம்பீரமாய் இருக்கும்
ஆயுதங்கள் எல்லாம் கருப்பாகத்தான்
இருக்கின்றன.

கருவிழிகூடக் கருப்புப்
பொருள்களைத்தான்
அழகாய்க் காட்டுகிறது

காக்கைகள் கூடத் தான் கருப்பாய் இருக்கிறதென்று
யாரும் அதை ஒதுக்காமல்
இறந்தவர் வீட்டில்
விருந்தாளியாய் கவனிக்கப்படுகிறது

மிகவும் பிடித்த பொருட்களைக்
கருப்பு நிறத்தில் வாங்கிக் குவிக்கும்
பிரியர்களும் இருக்கிறார்கள்

பூக்கள்கூடக்
கருப்பு நிறங்களை ஒதுக்கி வைத்தன

ஒன்றை உயர்வாகக் காட்ட
கருப்பு நிறத்தைத்தான்
அடியிலே வைக்கிறார்கள்

உயிரோ, ஒளியோ, இசையோ
அதன் முதல் நிறத்தை
உங்களால் சொல்ல முடியுமா?

கண் தெரியாதவருக்கு பிடித்த நிறத்தை
எதுவென்று கேட்க முடியுமா?
அவர்கள் உலகில் நாம் என்ன நிறம் என்று
யாருக்காவது தெரியுமா?

"கருப்பாக இருந்தாலும் அழகாய் இருக்கிறாய்"
இந்த வார்த்தைக்குச் சொந்தக்காரர் யார்?

உண்மையில் இங்கு யாரை உயர்வாகக் காட்ட
இத்தனை ஒடுக்குமுறை வந்தது
என்று தெரியவில்லை

நிறங்கள் எல்லாம்
ஒன்றாகத்தான் இருக்கிறது

ஒருமுறையேனும் நம்மைப் போன்ற உயிரினத்திடம்
நாம் எவ்வளவு நன்றாக நடந்து கொள்ள வேண்டும் என்று
யாருமே சொல்லித்தருவதில்லை

எதன்பின் எதுவென்று தெரியாத நமக்கு
இதைதான் முதலில் வைக்கவேண்டும் என்று
ஏன் இத்தனை ஆர்பாட்டம்?

எல்லோரையும்,
எல்லாவற்றையும் ஏற்றுக்கொள்ள
இங்கு எல்லோரும்
குழந்தைப் பருவத்திலே தான்
இருக்கிறோம்

உண்மையில்
கருப்புப் படங்களில்
வெளுத்துப் போனவையெல்லாம்
வெண்மை நிறங்கள் ,
அதன் ஆதி நிறமும்,
கருமைதான்.

8. தூய்மை தூய்மை

• 47 •

ஒரு குட்டை நீரில்
குதித்து விளையாடும்
நீர் குமிழியின்
நிறமென்ன,
அதன் மனமென்ன
என்பதை
நீரின் தூய்மையே
நிர்ணயிக்கிறது.

பெண்ணின்
விருப்பங்கள்
நிறைவேறாத இடத்தில்
அவள் மனதளவில்
தூக்கிலிட்டுக் கொள்கிறாள்!
"மௌனம்"
சம்மதத்தின் அறிகுறி!

கண்ணாடி முன்னே நிகழ்கின்ற மாற்றங்கள்,
நிலை மாறிய காட்சிப்பதிவோ
எதை நீ வெளிப்படையாகக் காட்டுவாய்.

வெற்றுப் பாதையில் துள்ளி
குதித்து ஓடுகிறோம்.
நானும் பட்டாம்பூச்சியும்
-தனிமனித விடுதலை!

இருள் கரையும் உலகில்
மனதில்
தோன்றும் பயமே
உண்மையான இருள்!

வெள்ளை ஆடை மூடியவையெல்லாம்
நம் மனதை இருள் நினைவால்
வாட்டுகிறது...

உண்மையில் சிரிப்புதான்
தூய்மை வெண்மை
மற்றவை எல்லாம்
வெளுத்த சாயங்கள்

9. இடையில் இயற்கை பூந்தோட்டம்

உலகில் எல்லாப் பூக்களும்
தினமும் மலர்கின்றன பின்பு
வாடுகின்றன

உலகில் எல்லாமே
எல்ல நேரத்திலும் சரியாக அல்லது
தாமதமாகவோ நடக்கக்கூடும்

ஒரு நாய்க்குட்டி போல் பாசாங்கு காட்ட மனிதர்கள்
முதலில் குழந்தையிடம் செய்கிறார்கள்.
பின் நாய்க்குட்டி அதை அப்படியே
அவரிடம் செய்து காட்டுகிறது.

யாரேனும் அழைத்தால்
தன் பெயர் இல்லையென்றாலும்
திரும்பிப் பார்க்கும்
அந்தப் பண்பு
இன்னும் இருக்கத்தான் செய்கிறது

நேசமெல்லாம் இங்கு நேரத்தை வாங்கி
விற்றுக்கொண்டு இருக்கிறது
யாருக்கோ
யாருகாகவோ

மழை பெய்த அடுத்த நாளைப் போல்
இப்பவும் எல்லோர் மனதிலும்
ஈரம் ஒட்டிக்கொண்டுதான் இருக்கிறது

வீட்டின் முற்றத்தில் பூந்தோட்டம் இல்லையென்றாலும்
வீடு முழுவதும் வண்ணப் பூந்தோட்ட வாசம்
குழந்தை குரலில் எதிரொலிக்கிறது.

எங்கு எப்போது
இதுவெல்லாம் எனக்குத் தெரியாது
ஒரு கூடை பூக்கள் தினம் தினம்
என்மேல் கொட்டத்தான் செய்கிறது
நீங்கள் உங்கள் வலியில் இருந்து
கொஞ்சம்
பூந்தோட்டம் வாருங்கள்.

10. அவளுக்கு எல்லாமே ரோஜா தான்

அவள் கூந்தல் எந்தும் வாடாமல்லி
வாடும் போதும் கூட
ரோஜாப்பூ வாசம்!

அவள் விழித்த நாட்கள்
எல்லாம் சூரிய ஒளி அவளை ஒருமுறையாவது
தொட வேண்டும் என்பதற்காகவே
கீழ், உச்சி, அடிவானம் அடைகிறது!

அவள் ஒரு வாளி நீர் தெளித்து
உடனடியாகப் பூவைப் பூக்கச்செய்வாள்
கோலம் ரங்கோலிக்கு அப்படி
ஒரு ஆனந்தம்!

வீட்டின் கொடிப் பூக்கள்
அவளுக்காகக் காலையில்
நாளைப் பூக்கவேண்டும்
என்பதை மறந்து
இன்றே பூக்கின்றன!

அவள் சமையலுக்கு யார்தான் பசிக்கவில்லை
என்று சொல்வார்கள்
ஒரு நண்பனோ, தங்கையோ
தம்பியோ இப்படி எல்லா உறவுகளும்
அவளைத்தான்
சுற்றிக் கொண்டிருக்கின்றன!

எதார்த்தமாய் இருப்பதை விரும்பும் அவளை
ஒருபோதும் இப்படி இரு என்று செயற்கைச் சாயங்களை
அவளுக்குப் பூசாதீர்கள்!

அவள் இப்படியே இருக்கட்டும்
என்றெல்லாம் நான் சொல்லவில்லை
அவளுக்குப் பிடித்த ஒரு ரோஜாவாக மலர
ஒருமுறையேனும் முயற்சி செய்யுங்கள்.

11. நிறைய சாப்பிட்டேன்

பார்த்து இரசித்து
கண்ணாலே எட்டி
பிடித்து சாப்பிடுகிறேன்
கண்ணாடிப் பெட்டியில் உணவு
மாதக் கடைசியும் நானும்.

அலங்கரித்து எடுக்கப்படும்
புகைப்படங்களுக்குப் பின்னணியில்
யாரோ ஒருவரின்
காத்திருப்பும்
வியர்வைத் துளியும் மறைக்கப்படுகிறது!

பரபரப்பாய் வேலை பார்க்கும் நேரங்களில் கூட
நான் சலனமின்றி
இரு விரல்களால் பிடித்துக் கொள்வேன்
தேநீர் கோப்பையுடன்
சிறிய இடைவேளை!

ஒட்டுமொத்த வாழ்க்கைக் கோட்டையும்
கண நேரத்தில் மாற்றுமேயானால்
உண்மையில்
பணம் உலகத்தின் நியதிப் பிழையா?

காற்றின் அசைவில் ஆடும் இலையைப்போல்
மனமானது நெடுந்தூர வாழ்க்கை பயணத்திற்காக
சாய்ந்தே போகிறது!

மனப்பெட்டியில் அமைதியாய்
ஒரு அலறல்
அதில் நீதிபதியும் குற்றவாளியும் கூட...

உயர்ந்த கட்டிடங்களின்
மேல்தளத்தில்
நம் கால்கள் நடப்பது
தற்காலிக பறவை சிறகு ஆகும்!

வேரோடு
வேறு மண்ணைப்பார்த்து
கிளம்புகிறது
இளம் தளிர்
நாடோடி வாழ்க்கை
குழந்தை முதல் பெரியவர் வரை..!

தொலை தூரத்தில் தூங்கும் பொழுதெல்லாம்
எனக்கு தேவையில்லை
அடுத்த அடிவைக்கும்போதெல்லாம்
லாவகமாக அனைத்தையும் ரசித்துக்கொண்டே
போகவேண்டும்.

12. குளிர்காலம் குளிரும் பானம்

மஞ்சள் வட்டம்புது நீரில் குதித்து தெறிக்கும்துளியெல்லாம்
பிடிக்கும் சுவை (எலுமிச்சை சாறு)
முன்பெல்லாம்,

கோடை விடுமுறை நாட்களில்
நிறையவே
விளையாடுவேன்.
பிடித்த உணவை
மூன்று வேளைகூட சாப்பிடுவேன்
சிறிய விளையாட்டின் வெற்றிக்கு
அதிகம்
மகிழ்ந்திருக்கிறேன்
காரணமின்றி
அழுததில்லை.

கோபம் கூட வந்ததில்லை.
காத்திருந்து தூங்கியதும் இல்லை
சலிப்பாக இருக்கும் எண்ணமே என்னவென்று தெரியாது

காரணமின்றி பறந்து திரியும்

பட்டாம்பூச்சிக்கு
திசை தெரியாமல்
வெகுதூரம் ஓடிருக்கிறேன்,
கால் வலிக்குமே
என்று கவலைப்பட்டதே இல்லை

ஒவ்வொரு நாளும்
ஏதோ ஒரு பரிசைக் கொடுக்கக் காத்திருப்பது போல்
ஒரு நெகிழ்வு
இப்போது என்னிடம் ஏக்கம் இருக்கிறது
அவையெல்லாம்
திரும்ப கிடைக்காதென்று தெரிந்தும்.
மெல்ல மெல்ல பருகிக்கொண்டே
நினைத்துப் பார்க்கிறேன்
எலுமிச்சை சாறுடன் நானும்.

இப்படித்தான்
ஒவ்வொரு வருடமும்
கடந்து போகும் கோடைகாலத்திற்கு
நான் என்ன செய்தேன் என்று
நினைத்துப் பார்த்தால்
அவை என்னை பார்த்துக் கொள்கிறது
இப்போதும்
என்னை பார்த்துக் கொள்கிறது
உயிர் ஒட்டிக்கொண்டிருக்கிறது
என்று நினைவுபடுத்த.

13. பிளவு

அத்தனை வறட்சி
அத்தனைக் காய்ச்சல்
ஒரு துளி அதுவும்
என் கண்ணீர்த் துளி
வேறென்ன ஆறுதல் எனக்குத் தான்.

கருப்புப் பாதை எங்கும்
வெள்ளை பூக்கள்
விரட்டிப் பறக்கும் நேரம்
– காலை 8 மணி

தூறும் நீரெல்லாம்
தூவும் மழை போல் மாறினால்
அது அந்த
சாரலின் பரிணாமம்!

இலை மடலில்
உறங்கிப் போகிறது
பூவின் ஓய்வுநேரங்கள்!

மனம்
சிலந்தி வலையில்
வீழ்ந்த நீரைப்போல
கோர்த்துக்கொள்கிறது
இருந்தும்
அதே பிசுபிசுப்பு
உன் நினைவுகள்!

முன்னோக்கி இருக்கும்
பாதைகளுக்கு
ஓடும் சக்கரமே
விரைவாக
கூட்டிச்செல்லும்
இதுவும்
தற்காலிக காலச்சக்கரம்!

அதன் உலகத்தில்
அவை
வாழவில்லையெனில்
வேறு எந்த நகலும்
நிஜங்களாகக்
காட்சி அமைக்க முடியாது.

பரிணாமமமற்ற
முதல் விதையும்
முடிந்து முடங்கிப் போன
கடைசி விதையும்
இடைப்பட்ட தூரமே
மனிதன் வாழ்க்கை மேம்பாடு.

ஒரு நாய்க்குட்டியின் பார்வையில்
நாமும் ஒரு விலங்கினமே.

எந்நேரமும் ஈரத்தினால் பதிந்த பாறைகளுக்கு
தீயை மூட்டினாலும்
குளிர்காயப் போவதில்லை...

மணல் புழுதியில்
ஒரு நெடுந்தூரப் பயணம்
தாகமும்
தேடுதலும்
அதில் இரு பாதைகள்.

சுருக்கம் மறையுமளவிற்கு
புன்னகை தரும்
காதல்
இதுவே காதலின்
பொதுச்சேவையாகும்!

உயர்ந்து வானத்திற்கு
நிகராக
கட்டிடங்கள் இருந்தாலும்,
அதனுள் வாழ்ந்தாலும்
நம் கண்கள் வானத்தையே பார்க்கிறது!

பவித்ரா ஏழுமலை

எங்கே துவங்கியது
என்றெல்லாம் எனக்கு தெரியவில்லை
நானே
இந்த பயணத்தில் வழிப்போக்கன் தான்
வாழ்க்கை
ஒரு நெடுந்தூர பயணம்!

யாருக்கும்
விளக்கம் தர தேவையில்லை.
அவரவர் உலகத்தின் சட்டங்களுக்கான
புத்தகங்கள்
இன்னும் அச்சிடப்படவில்லை.

14. அவள் எனும் வட்டம்

மையப்புள்ளி அவளென்றால்
சுற்றி இருப்பது
பூக்களும் பட்டாம்பூச்சியும்.

தடித்து சிவந்து
பல பற்களாக சிரிக்கிறது
அவள் வெட்டும் தக்காளிப் பழம்

யாரும் வாசிக்காமலையே
கவி பாடுகிறது
வீணை அவள் (கவி மடியில்)

துளசி மாலைகள்
இறைவனிடம் சேராமலையே
தீர்த்தம் ஏந்துகிறது
மணக்கோலத்தில்
அவள் சிந்தும்
கண்ணீர்த் துளிகள்.

கூந்தல் முழுவதும்
கருமை
இருந்தாலும் உன் விழியின்
கருமை
என்னோடு புதுக்கவி பேசுகிறது!

அவள்
தேன் சிந்தும் கண்களுக்கு
அவன்
பூவாக தாங்கிக் கொள்ளும் மனதிற்குத்
தியாகக்காதல்
என்று பெயர்.

அவள் பாதங்களால்
மீண்டும் உயிர்த்தெழுகிறது
புல்வெளியில் இருக்கும் மலர்கள்.

• 89 •

15. புதுமழை

மண் குடிசையில்
வாழ்ந்து கொண்டிருக்கிறதாம்
எறும்புகள்
நுழைவு வாசல் வழியாக
மழைக்கதவு.

• 91 •

எவ்வளவு தெப்பமழையில்
நனைந்தாலும்
ஒரு துளி குமிழி
கண நேரத்தில்
தனி ஒரு மழைநினைவாக
தெரிகிறது!

வெயிலும்குடைபிடிக்கும்,
மழையும் சுடுநீராய் சுட்டெரிக்கும்
காதலின் மாயைகள்!!

வெள்ளை பனிக்கட்டிகளுக்கு
நடுவே
ஒரு கிணறு நிறைந்து
ததும்பி வழிகிறது
தண்ணீர்!
தாகம் இருந்தாலும்
குடிக்கவில்லை
மனமானது
இதத்தை நோக்கியே வாழ்கிறது!

மழை நின்றது தெரியாமல் மறுநாளில்
மண்ணுக்காக குடைபிடிக்கிறது
புதிதாய் முளைத்த காளான்.

வானம்
கண்விழித்ததும்
தண்ணீர் தெளிக்கிறது.
பிறகுதான்
மண்ணின் வேலை
துவங்குகிறது...

வானம் மழையைப்
பொழிந்து
முடித்த பின்பும்
சன்னல்
மழை துளியாய் தூறுகிறது...

தூறும் நீரெல்லாம்
தூவுகின்ற
மரக்கிளைகளில்
அமர்ந்துவிட்டுப் பின்பு
யாராவது தொட்டால் தப்பித்துவிடுகிறது.

எந்த இடத்தில் விழுகிறதோ
அவை எல்லாம்
அதற்கு கீழ்நோக்கி சென்றால்
உண்மையில்

மேகத்திலிருந்துதா மழை வந்தது?

16. வெளியே ஒரு கடிகாரம்

கதைகள் நிறைய உள்ளன
அவசர அவசரமாய் ஓடும்
மனிதர்களுக்கு தான்,
காதுகள் கேட்பதில்லை.

ஒட்டுமொத்த
செய்திகளோடு
வாசல் வெளியே
உறங்கியதாம்
நாளிதழ் நாகரிகம்.

அனைத்தையும்
அழகாய் எடுப்பது
புகைப்படக்கருவியல்ல,
மனம்தான்
விழிவழியாய் எடுக்கிறது!

வட்ட சில்லறை
தட்டில் அலறிக்கொண்டே விழுகிறது
அதை யாசிக்கும்
மனிதனின் சிரிப்புக்காக.

வீதியெல்லாம் சாம்பல் வாசம்,
ஆங்காங்கே பாசி படர்ந்த பச்சை -
கிறுக்கல் போடும் மனம்.

ஒரு துளி தீ
இரவை
விழாக்கோளமாய்
மாற்றுமேயானால்
அது இரவின்
அடுத்த மாற்றம்.

இறைவன் தட்சணையாக
பெறுகின்ற அனைத்திற்கும் தான்
ஆண்டவன் போடும் கணக்கா
என்னிடம் 5, 2,1 சில்லறை நாணயங்கள் உள்ளன.

நாளை

நேற்று

இன்று

இந்த காலங்கள் எல்லாம்

தினமும் மாறாத நினைவிலே உறங்கிய கடிகாரங்கள்.

ஒரு ஐந்து பேர்
அதற்கு மேலும் கூட சேர்ந்து சிரித்துக்கொள்ளுங்கள்
எந்தவொரு
மனதின் ரணத்தினை
தொடாத தூரத்திலிருந்து.

17. நான் தோற்றேன்

குடிப்பழக்கம் இல்லாத அப்பா,
யாரோ குடித்த சரக்கு பாட்டில்களை சேகரித்து வைக்கிறார்
இரண்டு பாட்டிலுக்கு
ஒரு ஐஸ் என்ற வீதத்தில்
ஏழு எனச் சேகரித்த அப்பாவுக்கு
ஒன்று மட்டும் கிடைக்கவே இல்லை
ரொம்ப நாளாக
சாமி தட்டில் இருந்த மூன்று மற்றும் நான்கு
என இருக்கும் சில்லறைகள்
கடவுளுக்காக ஏதோ ஒரு காணிக்கையாய் இருந்தவை
அன்று
வேண்டுதல் பளித்தது போல்
ஒரு ஐஸ்காக
கரைந்து போனது
நாங்கள் நாலுபேரும்
ஆளுக்கு ஒரு டம்ளரில் நீர் ஊற்றி ஐஸ் போட்டவுடன்
அதில் கரைந்து கலர் நீர் அப்பாவுக்கும், அம்மாவுக்கும்,
எங்களுக்கு ஐஸ் கட்டிகள் எனத் தின்றாயிற்று.
இப்போதெல்லாம் எல்லாமே இருக்கிறது
அப்பாவைத் தவிர...!!

புனிதமானதுகூட
தோற்றுப் போகிறது
அழுக்கானது
குழந்தை முகத்தில்
இருப்பதால்.

பற்களற்ற
மழலைச் சிரிப்பில்
நம்முள்ளே
ஆனந்தப் பற்களை
விதைத்து விடுகிறது!

மென்மைப் படுக்கைகள்
மலர் இதழ்கள்
எல்லாம்
மழலை உடலால்
தோற்றுப்போகிறது.

பிள்ளையை தூக்கி வைக்கப்படும்
தூரங்களில்
அப்பாவின் கண்ணீர்த் துளிகள்
காய்ந்து போகின்றன...

முதுமை மழலை
ஒரு ஆச்சரியம்தான்
எல்லாம்
தெரிந்தும்
வாய் பேசாமலேயே
கண்மூடுகிறது!

நான் எல்லாவற்றையும்
இலவசமாக பெறவில்லை
நீங்கள்
அன்பு செலுத்துங்கள்
உங்களுக்கு தெரியாமல்
நானும்
அன்பு செலுத்தாமல்
இருக்கப்போவதில்லை.

நேசமெல்லாம்
ஒருபுறம் இருக்கட்டும்
நாய்க்குட்டி கொஞ்ச நேரம்
ஒதுக்க வேண்டும்.

நீங்கள் ஆயிரம் மொழியை கற்றுக்கொள்ளுங்கள்.
குழந்தை அம்மாவின் மொழியை கற்றுக்கொள்ள
பத்து மாதம் தூங்க வேண்டும்
அல்லது
சுமக்க வேண்டும்.

அபாரமாகவோ
வியப்பாகவோ நான் நடைபழகவில்லை
முதலில்,
கீழேதான் விழுந்தேன்.
சில நேரங்களில் தவிழ்ந்தேன்.

சில நேரங்களில் மண்டியிட்டு கூட நாள் முழுக்க
இருந்திருக்கிறேன்.
அப்படி இருந்தபோது இருந்த வலி எல்லாம்
மறந்து போய்விட்டது
துளிகூட ஞாபகம் இல்லை
இதையெல்லாம்,
முதன் முதலில்
என் அம்மா எனக்கு சொல்லும்போது
என் கண்ணிற்கு அம்மாதான் வியப்பாக தெரிகிறாள்.
எப்படி
என்னுடைய எல்லா நிலைகளையும்
சலிப்பே இல்லாமல் இரசிக்க முடிந்தது?

18. மீண்டும் மீண்டும்

பெரும் உருவம் கொண்டு
சிறு அசைவால்
வீழ்த்தி விடுகிறது
காதல் புழுதியில்.

விட்டுக்கொடுப்பதில் தானே
நேசமெனும்
காந்தம் உருவாகிறது.

காலங்களால்
காய்ந்த இலைகள்
மக்கி மண்ணாக மாறினாலும்
அவளும் நானும்
கிறுக்கிய மரத்தழும்பில்
அதே பசுமை.

மணலில் புதைந்து
ஆழமாய்
காதல்
ஊற்றெடுக்கிறது
அவள் பாத தடங்கள்
நான் மிதிக்கும் போது!

யாரை பிரிந்தாலும் வலிக்கத்தான் செய்யும்
நேசம் உண்மையாய்
இருந்தால்.

பனி மழையில்
நனைந்து
பூமியில் கரைந்து போகின்றன
இதற்கிடையில் அவளது விரல்கள்
இதம் சொல்கிறது.

அன்பை மறைத்து
வலிமை தேய்ந்தால்
குழம்பிப் போகிறது உண்மைக் காதல்!

பச்சை கனவு
சுடும் குளிர்
உருகும் வெப்பம்படர்ந்த காதல் பாசியும்
நனைந்த அதே மாறாத பசுமை!

ஒரு பெரும் இரவு
என்ன தந்துவிடும்
தற்கொலை எண்ணம் இல்லை
நிதானமாக இருக்க ஆசைதான்
தூக்கம் வர
கொஞ்சம் அழுதுகொள்கிறேன்.

தேகமெங்கும்
நிலவு வெளிச்சம்
பரவியது
என் வானத்தை
தேடிக்கொண்டே
பூமியை
அடைந்து விட்டேன்.

நீ என்மேல் அரளி விதைகளை வீசலாம்
அதுவும் உனக்கு
மலர்களை மட்டும் தான் தரும்.

பாசமிகுந்த கோபத்திற்கு
செல்லப் பெயரேதும்
வைக்கப்படவில்லை.
வேண்டுமென்றால் பிரியம்.
வேண்டாத போது வெறுப்பு.

யார் யாருக்காக வேண்டுமானாலும்
இருந்து கொள்ளட்டும்
உண்மையாய் இருந்தோமா
என்பதில்தானே
உலகம் நீண்டுகொண்டு இருக்கிறது!

நீ
என் பலவீனமாக இருக்கிறாய்
என்பதெல்லாம் இருக்கட்டும்,
அதற்காக
நான்
உன்னை விட்டு விடுவதில்லை.
உன் பலமாக மாறத்தான்
முயற்சி செய்கிறேன்.

மேம்பட்டுவிட்டேன்
என சொல்கிறார்கள்
எனக்குள்ளே முடங்கி கிடக்கும்
குழந்தையை
கொஞ்ச
இரு கைகள் இன்னும்
வரவில்லை.

19. பிடித்துவிட்டது

தேவையென வந்தவர்கள் வரட்டும்
நாம் இன்னும் அவர்களைப்போல்
தேவைக்காக பழக கற்று கொள்ளவில்லை
நிறைய கொடுத்தும்
என்னிடம் எதுவுமே குறையவில்லை...!

• 133 •

பிடிக்காவிட்டாலும் வாழ்
எல்லோருக்கும்
சமமான தீர்ப்பு உண்டு
பிறப்பு, இறப்பு.

புளிக்கும் மாங்காய் நாக்கு அறிந்தாலும்
அதனை சுவைத்த விட
மனம் ஒவ்வொரு முறையும்
புளிப்பை
சலித்துக் கொள்கிறது.

இவ்வளவு சீனியை எல்லாம்
சாப்பிடுகிறாய்
சர்க்கரை நோய் உங்களுக்கு வராதா?
எறும்பு என்னும் இளமை கூட்டம்..

கோவிலின் உட்புறம்
எங்கும் வண்ணச் சிற்பங்கள்
அசைவின்றி
நடனத்தில்
உறைந்து நிற்கின்றன!

மசாலா உணவை சுவைத்த நாக்கு
மற்ற
உணவுகள் சேராத
தண்டனை தருகிறது
இது உணவுப் போராட்டம்!

பேரலைக்கு முன்
அமைதிதான்
அலை ஓய்ந்தபிறகும்
அமைதிதான்
காட்சிகள் தான்
இடம்பெயர்ந்திருக்கும்.

அடர் பச்சை
காடுகளில்
கூரிய வாள் இலைகள்தான்
முனைப்போடு இருக்கும்
காடுகளின் போர்வீரர்கள்.

ஒவ்வொரு மலரும்
பனியில் உறைந்து
காலையில் விடுதலையாகிறது.

நான் கவிழ்ந்தேன்
ஒரு துளி குமிழி
கப்பலைக் கவிழ்த்துவிடுகிறது.
(காகிதக் கப்பல்)

நாட்கள் நகர்ந்து
நாகரிகம்
மாறும் உலகிலும்
கொஞ்சம் இயற்கையும்
வாழ்ந்து கொள்கிறது
முதுமை தோற்றம் அணிந்து.

*   *   *

உண்மையில்
வயது முதிர்வை
யாரும் இரசிக்காத
ஒரு மழலைப் பருவம்
என் செல்வமகள் நடந்தாள்.

தலைகீழாக வேர் தெரிவதுபோல்
ஒரு காட்சிப்பிழை
பட்டுப்போன உச்சி மரக்கிளைகள்.

அமைதி நதியினில்
கூழாங்கற்கள்
மெதுவாக பேசிக்கொள்கிறது.

நதியின்
பாதையில் என் கால்களின் ஈரம்,
வெகுநேரம் ஆகியும் மனம் குளுமையாகவில்லை.

அருவியைப் பார்த்து
உறங்கிப் போகின்றன நதிகள்
இரவில் நானும்
அவளின் புகைப்படமும் போல.

முள் வெளியில்
எல்லாமே காய்ந்து போய்விட்டது
இருப்பினும்
அமர்கிறது தட்டான் பூச்சி,
பூக்களென பறிக்கும் விரல்களும்!

வானவில்லைக்காண
மழை வரவில்லை
எங்கே எங்கே என்று ஓடி வந்து பார்க்கும் அளவிற்கு
சொந்தங்களை சேர்த்துள்ளேன்.

உங்களுக்கு வேண்டுமானால்
நான் கிணற்று தவளையாக இருக்கலாம்
எனக்கும்
என்னுடைய பிரபஞ்சம் என காட்ட
இந்த கிணறு உள்ளது.

இவ்வளவு உயரத்தில்
தாகத்திற்கு நீர் வைத்திருக்கிறாய்,
கொஞ்சம் நிழல் தர
சற்று அகன்றிருக்கலாம்
செல்லப் பனைமரமே!!

உங்கள் மன அறை முழுவதும்
வெளிச்சம் பெற வேண்டுமென்றால்
ஒரு சிறிய சன்னலுக்காக சுவரினை இடிக்கலாம்
பரவாயில்லை
ஆனால்
அதற்கு முதலில்
நீங்கள் மாற்றத்தை ஏற்றுக்கொள்ள
தயாராக இருக்கவேண்டும்...

அசைவ உணவுகளுக்கு தடை!
ஏனென்றால்
விலங்குகள் அன்பானவை
மற்றும்
தாவரங்கள் கூட அமைதியான குழந்தைதான்.

நன்றி! இந்த கவிதை நூலை வாசித்து உங்கள் மனதில்
ஒர் உணர்வுப் பிணைப்பு ஏற்பட்டிருந்தால், அது எனக்கு
மிகுந்த மகிழ்ச்சி அளிக்கிறது. உங்கள் கருத்துகளை
@pavithraelumalai689 என்ற எனது இன்ஸ்டாகிராம்
பக்கத்தில் பகிருங்கள். உங்கள் வார்த்தைகள் எனக்கு
உற்சாகமும், ஊக்கமும் அளிக்கும்.
அன்புடன், உறவின் வெப்பத்தோடு
—— பவித்ரா ஏழுமலை